Cornelia Haas · Ulrich Renz

Mein allerschönster Traum

Ndoto yangu nzuri sana kuliko zote

Zweisprachiges Kinderbuch

mit Hörbuch und Video online

Übersetzung:

Levina Machenje (Swahili)

wa-zuri	w-ema	wa-	wa				
m-zuri	mw-ema	u-	wa	wangu	-o	upi	
mi-zuri	my-ema	i-	ya	yangu	-yo	ipi	minga
zuri	jema	li-	la	langu	-lo	lipi	
mazuri	mema	ya-	ya	yangu	-yo	yapi	mange
kizuri	chema	ki-	cha	changu	-cho	kipi	
vizuri	vyema	vi-	vya	vyangu	-vyo	vipi***	vinga
nzuri	nyema	i-	ya	yangu	-yo	ipi	
nzuri	nyema	zi-	za	zangu	-zo	zipi	ngap
mzuri	mwema	u-	wa	wangu	-o	upi	
mzuri	mwema	u-	wa	wangu	-o	upi	
kuzuri	kwema	ku-	kwa	kwangu	-ko	kupi	kung
pazuri	pema	pa-	pa	pangu	-po	wapi****	pan
		ku	kwa	kwangu	-ko	kupi	ku

Suaheli-Lernende ...

... finden im Anhang verschiedene grammatikalische Übersichtstabellen.

Viel Spaß beim Erlernen dieser wunderbaren Sprache!

Hörbuch und Video:

www.sefa-bilingual.com/bonus

Kostenloser Zugang mit dem Kennwort:

Deutsch: **BDDE1314**

Swahili: **BDSW2832**

Lulu kann nicht einschlafen.
Alle anderen träumen schon –
der Haifisch, der Elefant, die
kleine Maus, der Drache, das
Känguru, der Ritter, der Affe,
der Pilot. Und der Babylöwe.
Auch dem Bären fallen schon
fast die Augen zu ...

Du Bär, nimmst du mich mit in
deinen Traum?

Lulu hawezi kulala. Wengine
wote wanakuwa wanaota sasa
– papa, tembo, panya mdogo,
dragoni, kangaruu, shujaa,
nyani, rubani. Na kitoto cha
simba. Hata dubu ana shida
kuendelea kufungua macho
yake...

Dubu, je, utanipeleka kwenye
ndoto yako?

Und schon ist Lulu im Bären-Traumland. Der Bär fängt Fische im Tagayumi See. Und Lulu wundert sich, wer wohl da oben in den Bäumen wohnt? Als der Traum zu Ende ist, will Lulu noch mehr erleben. Komm mit, wir besuchen den Haifisch! Was der wohl träumt?

Na kwa hilo, Lulu anajikuta ndani ya nchi ya ndoto ya dubu.

Dubu anakamata samaki ndani ya ziwa Tagayumi. Na Lulu anashangaa nani anaweza kuishi huko juu ndani ya miti?

Ndoto inapokwisha, Lulu anataka kutafuta ujasiri mwingine. Haya, twende tumtembelee papa! Anaweza akawa anaota nini?

Der Haifisch spielt Fangen mit den Fischen. Endlich hat er Freunde! Keiner hat Angst vor seinen spitzen Zähnen.

Als der Traum zu Ende ist, will Lulu noch mehr erleben. Kommt mit, wir besuchen den Elefanten! Was der wohl träumt?

Papa anacheza mchezo wa kugusana na samaki. Mwishoni anapata
marafiki! Hakuna anayeogopa meno yake makali.

Ndoto inapokwisha, Lulu anataka kutafuta ujasiri mwingine. Haya, twende
tumtembelee tembo! Anaweza akawa anaota nini?

Der Elefant ist so leicht wie eine Feder und kann fliegen! Gleich landet er auf der Himmelswiese.

Als der Traum zu Ende ist, will Lulu noch mehr erleben. Kommt mit, wir besuchen die kleine Maus! Was die wohl träumt?

Tembo ni mwepesi kama unyoya na anaweza kuruka! Yuko karibu kutua
kwenye malisho ya anga.

Ndoto inapokwisha, Lulu anataka kutafuta ujasiri mwingine. Haya, twende
tumtembelee panya mdogo! Anaweza akawa anaota nini?

Die kleine Maus schaut sich den Rummel an. Am besten gefällt ihr die Achterbahn.

Als der Traum zu Ende ist, will Lulu noch mehr erleben. Kommt mit, wir besuchen den Drachen! Was der wohl träumt?

Panya mdogo anakuwa anaangalia kiwanja cha burudani. Anapenda zaidi
treni ya burudani inayopita kwenye miinuko na miinamo mikali.

Ndoto inapokwisha, Lulu anataka kutafuta ujasiri mwingine. Haya, twende
tumtembelee dragoni! Anaweza akawa anaota nini?

Der Drache hat Durst vom Feuerspucken. Am liebsten will er den ganzen Limonadensee austrinken.

Als der Traum zu Ende ist, will Lulu noch mehr erleben. Kommt mit, wir besuchen das Känguru! Was das wohl träumt?

Dragoni ana kiu kwa kutema moto. Angependa kunywa ziwa lote la maji ya limau.

Ndoto inapokwisha, Lulu anataka kutafuta ujasiri mwingine. Haya, twende tumtembelee kangaruu! Anaweza akawa anaota nini?

Das Känguru hüpft durch die Süßigkeitenfabrik und stopft sich den Beutel voll. Noch mehr von den blauen Bonbons! Und mehr Lollis! Und Schokolade!

Als der Traum zu Ende ist, will Lulu noch mehr erleben. Kommt mit, wir besuchen den Ritter! Was der wohl träumt?

Kangaruu anaruka kuzunguka kiwanda cha lawalawa na kujaza kifuko chake. Hata peremende nyingi za bluu! Na pipi vijiti! Na chokoleti!

Ndoto inapokwisha, Lulu anataka kutafuta ujasiri mwingine. Haya, twende tumtembelee shujaa! Anaweza akawa anaota nini?

Der Ritter macht eine Tortenschlacht mit seiner Traumprinzessin. Oh! Die Sahnetorte geht daneben!

Als der Traum zu Ende ist, will Lulu noch mehr erleben. Kommt mit, wir besuchen den Affen! Was der wohl träumt?

Shujaa anakuwa na mchezo wa kurushiana keki na binti mfalme kwenye ndoto. Oo! Keki ya malai imekwenda njia isiyo yake!

Ndoto inapokwisha, Lulu anataka kutafuta ujasiri mwingine. Haya, twende tumtembelee nyani! Anaweza akawa anaota nini?

Endlich hat es einmal geschneit im Affenland! Die ganze Affenbande ist aus dem Häuschen und macht Affentheater.

Als der Traum zu Ende ist, will Lulu noch mehr erleben. Kommt mit, wir besuchen den Piloten! In welchem Traum der wohl gelandet ist?

Mwishoni theluji imeanguka katika nchi ya nyani. Kikosi chote cha nyani wakawa wazimu na kucheza kama mazuzu.

Ndoto inapokwisha, Lulu anataka kutafuta ujasiri mwingine. Haya, twende tumtembelee rubani! Anaweza akawa anaota nini?

Der Pilot fliegt und fliegt. Bis ans Ende der Welt und noch weiter bis zu den Sternen. Das hat noch kein anderer Pilot geschafft.

Als der Traum zu Ende ist, sind alle schon sehr müde und wollen nicht mehr so viel erleben. Aber den Babylöwen wollen sie noch besuchen. Was der wohl träumt?

Rubani anaruka na kuruka. Mpaka mwisho wa dunia, na hata mbali zaidi, mpaka juu kwenye nyota. Hakuna rubani mwingine aliyeweza kufanya hivyo.

Ndoto inapokwisha, Lulu anataka kutafuta ujasiri mwingine. Haya, twende tumtembelee kitoto cha simba! Kinaweza kikawa kinaota nini?

Der Babylöwe hat Heimweh und will zurück ins warme, kuschelige Bett.
Und die anderen auch.

Und da beginnt ...

Kitoto cha simba kina hamu kwenda nyumbani na kinapenda kurudi
kwenye kitanda cha joto na starehe.
Hata na wengine.

Na hapa inaanza ...

... Lulus
allerschönster Traum.

... ndoto ya Lulu nzuri sana kuliko zote.

Die Autoren

Cornelia Haas, geboren 1972, machte zunächst eine Ausbildung zur Schilder- und Lichtreklameherstellerin. Danach hängte sie Schilder und Beruf an den Nagel und studierte Grafik-Design in Münster. Inzwischen illustriert sie mit großem Vergnügen Kinder- und Jugendbücher für verschiedene Verlage. Seit 2018 ist sie Professorin für Illustration an der Fachhochschule Münster.

Ulrich Renz wurde 1960 in Stuttgart (Deutschland) geboren. Er studierte französische Literatur in Paris und Medizin in Lübeck, danach arbeitete er als Leiter eines wissenschaftlichen Verlags. Heute ist Renz freier Autor, neben Sachbüchern schreibt er Kinder- und Jugendbücher.

Malst du gerne?

Hier findest du noch mehr Bilder der Geschichte zum Ausmalen:

www.sefa-bilingual.com/coloring

Schlaf gut, kleiner Wolf

Lala salama,
mbwa mwitu mdogo

Ulrich Renz / Barbara Brinkmann

Deutsch   **bilingual**   **Swahili**

▶ Lesealter: ab 2 Jahren

Tim kann nicht einschlafen. Sein kleiner Wolf ist weg! Hat er ihn vielleicht draußen vergessen?
Ganz allein macht er sich auf in die Nacht – und bekommt unerwartet Gesellschaft...

In Ihren Sprachen verfügbar?

▶ Schauen Sie in unserem „Sprachen-Zauberhut' nach:

www.sefa-bilingual.com/languages

▶ Nach einem Märchen von Hans Christian Andersen

▶ Lesealter: ab 4-5 Jahren

„Die wilden Schwäne" von Hans Christian Andersen ist nicht umsonst eines der weltweit meistgelesenen Märchen. In zeitloser Form thematisiert es den Stoff, aus dem unsere menschlichen Dramen sind: Furcht, Tapferkeit, Liebe, Verrat, Trennung und Wiederfinden.

In Ihren Sprachen verfügbar?

▶ Schauen Sie in unserem „Sprachen-Zauberhut' nach:

www.sefa-bilingual.com/languages

Swahili Noun Class Table (I)

Bantu Noun Class	Person		Subject prefix	Subject prefix negative	Subject / Object Prefix	Possessive pronoun ("my", "your" ...)	"all"
1	1st sing.	mimi	ni	si	ni	-angu	—
1	2nd sing.	wewe	u	hu	ku	-ako	—
1	3rd sing.	yeye	a	ha	m	-ake	—
2	1st plur.	sisi	tu	hatu	tu	-etu	(sisi) sote
2	2nd plur.	nyinyi, ninyi	m	ham	wa / -eni*	-enu	(nyinyi) nyote
2	3rd plur.	wao	wa	hawa	wa	-ao	(wao) wote

* Because -wa is also the object prefix of the 3rd person plural, the suffix -eni is frequently appended for disambiguation

Swahili Noun Class Table (II)

Bantu Noun Class	Class Descriptor	Noun (Example)	Adjective (-zuri)	Adjective (-ema)	Subject / Object Prefix	Genitive preposition (-a)	Possessive -angu -ako -ake -etu -enu -ao	Relative morpheme	-pi? (Which?)	-ngapi? (How many?)
1	m-wa	m-toto	m-zuri	mw-ema	a-/yu-*	wa	wangu	-ye	yupi	/
2	m-wa	wa-toto	wa-zuri	w-ema	wa-	wa	wangu	-o	wepi**	wangapi
3	m-mi	m-ti	m-zuri	mw-ema	u-	wa	wangu	-o	upi	/
4	m-mi	mi-ti	mi-zuri	my-ema	i-	ya	yangu	-yo	ipi	mingapi
5	(ji)-ma	jina	zuri	jema	li-	la	langu	-lo	lipi	/
6	(ji)-ma	ma-jina	mazuri	mema	ya-	ya	yangu	-yo	yapi	mangapi
7	ki-vi	kitabu	kizuri	chema	ki-	cha	changu	-cho	kipi	/
8	ki-vi	vitabu	vizuri	vyema	vi-	vya	vyangu	-vyo	vipi***	vingapi
9	n	habari	nzuri	nyema	i-	ya	yangu	-yo	ipi	/
10	n	habari	nzuri	nyema	zi-	za	zangu	-zo	zipi	ngapi
11	u (concrete)	usiku	mzuri	mwema	u-	wa	wangu	-o	upi	/
14	u (abstract)	umoja	mzuri	mwema	u-	wa	wangu	-o	upi	/
15	ku	kusoma	kuzuri	kwema	ku-	kwa	kwangu	-ko	kupi	kungapi
16	pa	mezani	pazuri	pema	pa-	pa	pangu	-po	wapi****	pangapi
17	ku	mezani	kuzuri	kwema	ku-	kwa	kwangu	-ko	kupi	kungapi
18	mu	mezani	mzuri	mwema	m(u)-	mwa	mwangu	-mo	mpi	mngapi

*   e.g., yu- can be seen in the locatives (yupo, yuko, yumo) or demonstratives (huyu, yule). The negative form of yu- is formed regularly (ha-).

**   The irregular form *wepi* is used to avoid clashes with the word *wapi* meaning "where".

***   "vipi" is also used as an adverb meaning "how"

**** occasionally: papi

Swahili Noun Class Table (III)

Bantu Noun Class	Class Descriptor	Noun (Example)	Demonstrative pronoun (proximal)	Demonstrative pronoun (medial)	Demonstrative pronoun (distal)	-enye ("having")	-enyewe ("self")	-ote ("all")	-o-ote ("any")
1	m-wa	m-toto	huyu	huyo	yule	mwenye	mwenyewe	—	yeyote
2		wa-toto	hawa	hao	wale	wenye	wenyewe	wote	wowote
3	m-mi	m-ti	huu	huo	ule	wenye	wenyewe	wote	wowote
4		mi-ti	hii	hiyo	ile	yenye	yenyewe	yote	yoyote
5	(ji)-ma	jina	hili	hilo	lile	lenye	lenyewe	lote	lolote
6		ma-jina	haya	hayo	yale	yenye	yenyewe	yote	yoyote
7	ki-vi	kitabu	hiki	hicho	kile	chenye	chenyewe	chote	chochote
8		vitabu	hivi	hivyo	vile	vyenye	vyenyewe	vyote	vyovyote
9	n	habari	hii	hiyo	ile	yenye	yenyewe	yote	yoyote
10		habari	hizi	hizo	zile	zenye	zenyewe	zote	zozote
11	u (concrete)	usiku	huu	huo	ule	wenye	wenyewe	wote	wowote
14	u (abstract)	umoja	huu	huo	ule	wenye	wenyewe	wote	wowote
15	ku	kusoma	huku	hucho	kule	kwenye	kwenyewe	k(w)ote	k(w)okote
16	pa	mezani	hapa	hapo	pale	penye	penyewe	pote	popote
17	ku	mezani	huku	hucho	kule	kwenye	kwenyewe	k(w)ote	k(w)okote
18	mu	mezani	humu	humo	mle	mwenye	mwenyewe	m(w)ote	m(w)omote

Swahili - Order of morphemes ("infixes")

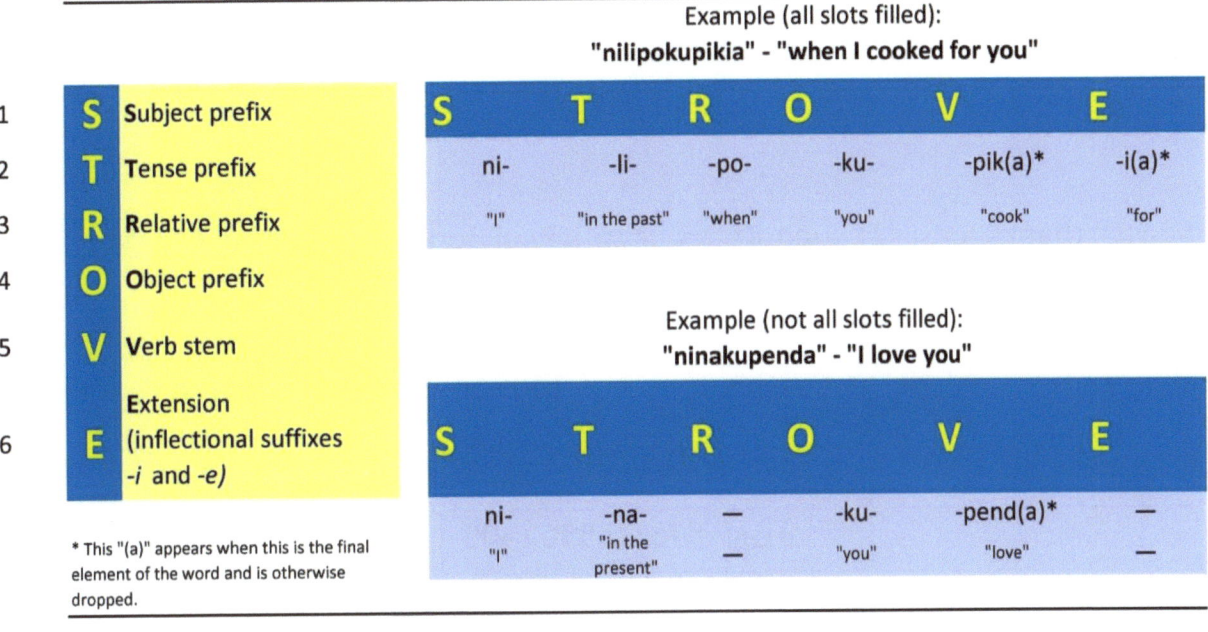

1	**S**	**S**ubject prefix
2	**T**	**T**ense prefix
3	**R**	**R**elative prefix
4	**O**	**O**bject prefix
5	**V**	**V**erb stem
6	**E**	**E**xtension (inflectional suffixes -*i* and -*e*)

Example (all slots filled):
"nilipokupikia" - "when I cooked for you"

S	T	R	O	V	E
ni-	-li-	-po-	-ku-	-pik(a)*	-i(a)*
"I"	"in the past"	"when"	"you"	"cook"	"for"

Example (not all slots filled):
"ninakupenda" - "I love you"

S	T	R	O	V	E
ni-	-na-	—	-ku-	-pend(a)*	—
"I"	"in the present"	—	"you"	"love"	—

* This "(a)" appears when this is the final element of the word and is otherwise dropped.

© 2026 by Sefa Verlag Kirsten Bödeker

Fahlenkampsweg 22

23562 Lübeck, Germany

www.sefa-verlag.de

info@sefa-verlag.de

Special thanks for his IT support to our son, Paul Bödeker, Freiburg, Germany

Font: Noto Sans

ISBN: 9783739962405